पाऊसवारी

पाऊस, निसर्ग आणि बरंच काही...

यशश्री बर्वे

Copyright © Yashasree Barve
All Rights Reserved.

This book has been self-published with all reasonable efforts taken to make the material error-free by the author. No part of this book shall be used, reproduced in any manner whatsoever without written permission from the author, except in the case of brief quotations embodied in critical articles and reviews.

The Author of this book is solely responsible and liable for its content including but not limited to the views, representations, descriptions, statements, information, opinions and references ["Content"]. The Content of this book shall not constitute or be construed or deemed to reflect the opinion or expression of the Publisher or Editor. Neither the Publisher nor Editor endorse or approve the Content of this book or guarantee the reliability, accuracy or completeness of the Content published herein and do not make any representations or warranties of any kind, express or implied, including but not limited to the implied warranties of merchantability, fitness for a particular purpose. The Publisher and Editor shall not be liable whatsoever for any errors, omissions, whether such errors or omissions result from negligence, accident, or any other cause or claims for loss or damages of any kind, including without limitation, indirect or consequential loss or damage arising out of use, inability to use, or about the reliability, accuracy or sufficiency of the information contained in this book.

Made with ♥ on the Notion Press Platform
www.notionpress.com

पावसावर आणि निसर्गावर प्रेम करणाऱ्या प्रत्येकाला समर्पित

अनुक्रमणिका

प्रस्तावना vii

ऋणनिर्देश, पावती ix

नांदी, प्रस्तावना xi

पाऊस

1. सकाळ पावसाळी 3
2. धुवाधार पावसात 4
3. आवडता रंग 6
4. पाऊस आपल्याकडे येतो 7
5. सायंकाळ न्हाऊन निघते 8
6. हिरवा रेनकोट 9
7. नवी नव्हाळी 10
8. थेंब थेंब उतरून आले 11
9. झरझर पाऊस झरताना 12
10. जेव्हा पाऊस रिमझिम पडतो 13
11. पाऊसगाणे 14
12. असा अचानक पाऊस यावा 16
13. धावत या नाचत या अलगद या रे 17
14. आज वारा आला घेऊन 18
15. पावसा तू पडत रहा 19

निसर्ग

16. सागरकिनारी वाटे 23
17. वसंतोत्सव 24

• v •

अनुक्रमणिका

18. मुंबईची थंडी	25
19. हिरवं जांभळं रान	26
20. ही रात्रीची रांगोळी	27
21. एक मंद झुळूक	28
22. आज वाटते पंख फुटावे	29
23. कधी वाटते	30

आणि बरंच काही...

24. कविता म्हणजे काय	33
25. कविता म्हणजे जर्द पालवी	34
26. शब्द एक मोरपीस	36
27. शाळेचा निरोप घेताना	37
28. पुन्हा एकदा काल रक्ताळली जमीन	38
29. रूळ रेल्वेचे	40
30. माझे गाणे	42
31. हे जीवन सुंदर आहे	43

प्रस्तावना

पाऊस माझी वारी
निसर्ग विठुराया
दोन डोळ्यात मावेना
त्याचे रंग त्याची माया

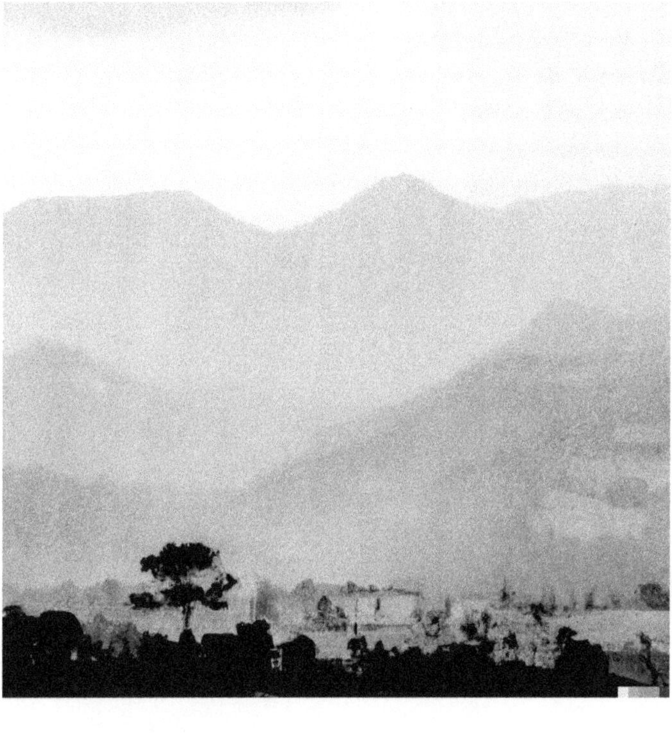

ऋणनिर्देश, पावती

मनातल्या भावना कवितेतून मांडायचा मला लहानपणापासून छंद होता. त्या साऱ्या कविता एका पुस्तकाच्या रूपातून सर्वांसमोर आणण्याचे माझे स्वप्न आज प्रत्यक्षात उतरत आहे.

या माझ्या प्रवासात सहभागी झालेल्या माझ्या कुटुंबियांचे हार्दिक आभार. माझ्या लहानपणापासूनच्या कविता जपून ठेवणारे आणि धकाधकीच्या आयुष्यात कवितेला विसरू न देणारे माझे आईवडील, सौ अरुंधती भालचंद्र कुलकर्णी आणि श्री भालचंद्र यशवंत कुलकर्णी यांचे मनापासून आभार. मला भरघोस पाठिंबा देणाऱ्या आणि पुस्तकातील विविध गोष्टींसाठी मदत करणाऱ्या माझे पती श्री पराग श्रीधर बर्वे आणि माझी मुले, कौस्तुभ आणि गौरी यांना अनेक धन्यवाद.

माझ्या पुस्तकाच्या प्रकाशनासाठी व्यासपीठ उपलब्ध करून देणाऱ्या माझ्या प्रकाशकांना (Notion Press) आणि सुरेख चित्र उपलब्ध करून देणाऱ्या Pixabay आणि DALL-E2 यांना शतशः धन्यवाद. तुमच्यामुळे माझ्या पुस्तकाला आकर्षक रंगरूप मिळाले आहे.

वेळोवेळी माझ्या कवितांचे कौतुक करून मला प्रोत्साहन देणाऱ्या सुहृदांचे मनापासून आभार. सरतेशेवटी मराठी साहित्यातील माझे प्रेरणास्थान असलेल्या विशाल साहित्यिक समुदायाची मी निरंतर ऋणी आहे.

नांदी, प्रस्तावना

मी, यशश्री, सर्व निसर्गप्रेमी आणि काव्यरसिकांना नम्र अभिवादन करून माझा पहिलावहिला काव्यसंग्रह 'पाऊसवारी' आपल्यासमोर सादर करत आहे.

पाऊस चालू झाला की जनमानसाला वेध लागतात ते पंढरीच्या वारीचे. विठुरायाच्या भेटीची आस घेऊन लाखो वारकरी पंढरीची वाट धरतात. त्या अनोख्या सोहळ्याचे आपण वर्षानुवर्षे भक्त आहोत.

वारीची लगबग चालू असताना पाऊस देखील त्याची वारी चालू करतो. पावसात चिंब भिजून सारी सृष्टी एक नवे विलोभनीय रूप धारण करते. कविमनासाठी ती एक पर्वणीच. पावसाच्या आनंद सोहळ्यात सहभागी होणारे, पावसात भिजणारे वा पाऊस दुरून पाहून सुखावणारे, सारेच या निसर्गरुपी विठोबाचे वारकरी. पावसाच्या या वारीत पुन्हा पुन्हा भिजणाऱ्या एका पाऊस प्रेमीचा हा काव्य प्रपंच.

मुंबईसारख्या शहरात राहून निसर्गाची ओढ लावली ती या पावसाने. लहानपणापासून देश परदेश वारीतून टिपलेला निसर्ग आणि त्याचे अपार वैभव मी माझ्या शब्दात मांडण्याचा प्रयत्न केला आहे.

हा संग्रह तीन विभागांमधे संकलित केला आहे. पहिला विभाग पावसावरील कवितांचा, दुसरा विभाग निसर्गाच्या नानाविध रूपांनी प्रेरित केलेल्या कवितांचा आणि तिसरा विभाग जीवनातल्या वेगवेगळ्या विषयांवरच्या कवितांचा आहे. या कविता लिहिताना मी जशी आनंद सरींमध्ये मनसोक्त भिजले, तीच अनुभूती तुम्हा सर्वांना देखील मिळो ही त्या सरस्वतीच्या चरणी प्रार्थना.

पाऊस

1. सकाळ पावसाळी

न्हाऊन माखून झाडे, खाली गुलमोहराचा सडा
पहिला पाऊस घेऊन आला, सवे सनई चौघडा

धुंद हवेत दाटून येता पाऊस हिरवागार
जागोजागी जमिनीवरती अंकुर तजेलदार

पाऊस बघण्या दगडामागून डोकावे पालवी
हसरी हिरवळ तनामनातील मरगळही घालवी

लळा लावितो नादखुळा हा पाऊस दरएक वेळी
मुग्ध मनाला करी वनातील सकाळ पावसाळी

2. धुवाधार पावसात

धुवाधार पावसात दूर डोंगरावर
कोसळती जणू पाण्याच्या लाटा

दगडादगडाला पाझर फोडून
चिंब झाल्या पाऊलवाटा

मोहक झुळूक मातीच्या गंधाची
गारगार वाऱ्यावर गंधाचा मेळ

हिरव्या रंगाच्या साथीने रंगतो
डोंगरांवर पावसाच्या सरींचा खेळ

पावसात भिजता भिजता आपण
विरघळून जावे वाटत राही

आपल्या रंगांना आपल्या गंधांना
वाटे नवी पालवी फुटावी

डोंगरावरून उतरताना ढग हे काळे
मुक्तहस्ते पाऊस देतच असतात

यशश्री बर्वे

जाता जाता साऱ्या धरतीवर
हलकेच धुक्याची चादर पांघरतात

रस्त्यातल्या विजेच्या तारांवर
पावसाचे थेंब मधूनच चमकतात

झाडांच्या फांद्यांवर आणि पानावर
अळवावरच्या पाण्यासारखे बिलगून राहतात

3. आवडता रंग

तुझा आवडता रंग कोणता? पुसले जेंव्हा कोणी मला
डोळ्यासमोर क्षणात माझ्या निसर्ग हिरवा उभा राहीला

गवताचा, झाडांचा, पानांचा हिरवा
मखमली रूपात सजणारा बरवा

तो ताजेपणा, ते चैतन्य, ती नवी सुरुवात
स्वर्गातल्या धारांनी केलेली रुजवात

लोकलच्या खिडकीतून दिसणारी शेते हिरवीगार
खंडाळ्याच्या घाटात कोसळतो पाऊस मुसळधार

तसे आवडतात सगळेच रंग मला
पण तजेलदार हिरवा आहे मनात कोरलेला

हिरव्या रंगाची उधळण करणाऱ्या धारांची साथ अशीच राहूदे
सृष्टीला आपल्या रंगात रंगवुनी चिंता सारी मिटून जाऊदे

4. पाऊस आपल्याकडे येतो

पाऊस आपल्याकडे येतो ते जुने देणे फेडण्यासाठी नव्हे
तर चिंब चिंब भिजवून नवे लेणे कोरण्यासाठी

तसा पावसाचा आणि आपला संबंध फारच छान असतो
फक्त गाड्या बंद पडल्या पाणी साचून की आपण पाऊसवेडे
नसतो

बाकी पावसाळा म्हणजे पावसाळा, त्याला कधी तोड नाही
थंडीची वा उन्हाची पावसापुढे काही ओढ नाही

पाऊस आवडावा तरी किती, याला काहीच बंधन नसतं
कारण तो आपला असतो, कुणी लादलेलं बंधन नसतं

पावसावर कविता करायला मला फार आवडते
कारण ती करावी लागत नाही पावसासाठी मुसळधार पडते

5. सायंकाळ न्हाऊन निघते

सायंकाळ न्हाऊन निघते सोनेरी रंगामधे
पांढरे ढग तरंगतात सोनेरी तळ्यामधे

काळ्या ढगांमागून डोकावतो एखादा सोनेरी किरण
दुःखांवरती सुखाचे बांधून जातो तोरण

पहाटेच लालबुंद स्वप्न पडतं नभा
आणि आकाशात भरते किरणांची सभा

रात्रीच्या काळ्या आकाशावर पसरते नवी आभा
अंधाराच्या उदरात जणू प्रकाशाचा गाभा

तरंगून दमल्यावर बरसावसं वाटतं मेघा
आणि आकाशावर उमटतात पांढर्‍याशुभ्र रेघा

6. हिरवा रेनकोट

उन्हाने करपून होरपळलेल्या डोंगरांच्या रांगा
पहिल्याच पावसात भिजल्यावर हिरवा रेनकोट वापरू
लागतात

एकाच पावसात पसरते डोंगरावर हिरवी चादर
आठवण सुद्धा होऊ देत नाही त्याच्या काळ्याकभिन्न
रंगाची

उन्हाळ्यात वाळून विरूप दिसणारे डोंगर आपली कुरूपता
लपवण्यासाठी
पाऊस पडल्यावर श्रावणापूर्वी मखमली हिरवा वॉलपेपर
लावतात

उन्हाळ्यात तापल्यावर ज्या दगडातून वाफा निघतात
त्यांनाच तर पावसात भिजल्यावर शुभ्र खळाळते झरे फुटतात

तसा डोंगरावरचा पाऊस म्हणजे मुसळधार असतो
पण ढगांमध्ये माथा असलेल्या डोंगराला तो कुठे दिसतो?

ढगांमधून जाताना चिंब भिजवणारे गारगार पावसाचे थेंब
हिरव्या डोंगरात पुन्हा पुन्हा येण्याची साद देत राहतात

• 9 •

7. नवी नव्हाळी

हिरव्या हिरव्या रंगातून अवखळ लावण्य डोकवे
परिमल दरवळे नवाच, पसरे ताजेपण हे नवे

काल पाहता येथे उजाड माळरान होते
मातीच्या शुष्क कणांतून दग्ध अंकुर होते

आज पहिला पाऊस पडला, ओलावा दाटला
रोम रोम फुलवीत बीजांचे आशांकूर फुलले

रसरसलेली नवी नव्हाळी गीत तिचे गावे
अशीच सृष्टी बहरत जावी रूप लेवत नवे

विहरत जावे गगनी अखंड मुक्त विहंगांचे थवे
थरथरणाऱ्या वाऱ्यासंगे डोलावे फुलांचे ताटवे

असेल जीवन कदाचित हे उदास अन एकटे
बरसतील परि कधीतरी घनमेघ गर्जुनी ते

तरारून मग येतील नव्या आशा त्यांच्यासवे
जीवनात अन विहरू लागतील आनंदाचे थवे

• 10 •

8. थेंब थेंब उतरून आले

थेंब थेंब उतरून आले नभातुनी या मातीवरती
शहारले तन, बहरले मन, अनुबंधाची जुळली नाती

बिंदुबिंदुतून झिरपणारा चैतन्याचा ओघ नवा
तंतूतंतूवर बागडणारी गंधित धुंदीत मस्त हवा

रोम रोम जागवून पहाता नवे रुपडे ते दिसले
लावण्यवती सृष्टीचे जणू सौभाग्यच मनी हसले

पहिला पाऊस घेऊन आला आनंदाचा स्पर्श नवा
मंद सुगंधी परिमल आणिक सुंदरसा एक हर्ष नवा

9. झरझर पाऊस झरताना

झरझर पाऊस झरताना वाऱ्याने गाणे गावे
छमछम ताल शोधत अन मन माझे नाचत यावे

पान न पान झुलता छान पावसात न्हाऊन घ्यावे
ताजे होऊन पुन्हा एकदा धुंदपणे मी डोलावे

हिरवे हिरवे रंग चहूकडे असे सांडतचि राहावे
नवा नवा एक खेळ रोज तसे मांडतचि राहावे

पाऊस यावा, जलधारांनी मातीला सुगंधवावे
भिजली माती, ओला वास, मन माझे बहरून जावे

आकाशाच्या घटातील अमृतरस बरसात जावा
कणाकणाला क्षणाक्षणाला मोहरूनचि टाकावा

पाऊस सुंदर बघताना डोळे ते भरुनी यावे
अश्रूंनी मग पावसाशी या गहिरे नाते सांगावे

10. जेव्हा पाऊस रिमझिम पडतो

जेव्हा पाऊस रिमझिम पडतो, सुंदर सोनेरी सकाळी
सत्य नव्हे ते स्वप्न वाटते साखरझोपेच्या वेळी

जेव्हा पाऊस भुरभुरतो सावरीच्या कापसासारखा
पकडून ठेवावा वाटतो, मखमली तो गोफ जसा

जेव्हा पाऊस बरसत असतो निळ्या सावळ्या मेघातून
कुणाचेतरी अश्रू आठवतात ओघळलेले डोळ्यातून

जेव्हा पाऊस कोसळतो गडगडणाऱ्या नभातून
आठवते तांडवनृत्य शिवाचे लयातून प्रलयातून

11. पाऊसगाणे

उन्हाच्या भाराने वाकलेली मोठाली झाडं पाहताना
त्याच उन्हात वाळलेली गवताची पाती हसतात

पिवळ्याधमक उन्हाने न्हाऊन निघूनही
गरम वाऱ्यावरती अलगद डोलतात

ऊन ऊन काय चीज आहे, आता येईल आणि जाईल
एकदा पाऊस सुरू झाला की धुंद बरसत राहील

मग आम्ही डोलू छान जीवनदान मिळाल्यासारखं
हिरवेगार तजेलदार होऊन दुःखाला होऊ पारखं

पाऊस पडू लागला की पडतच राहावा वाटतो
रिमझिमणाऱ्या आठवणींचा मनात कल्लोळ दाटतो

पावसाबरोबर येणारी आठवण सुद्धा ओली
ओल्या स्वरात ऐकू येणारी पाखरांची बोली

रित्या झालेल्या ढगांचा कोणी मान ठेवत नाही
असते ती फक्त सावली जी साथ सोडत नाही

• 14 •

यशश्री बर्वे

मी पाहिलाय रिक्त झालेला एक ढग पांढराशुभ्र धुकट
आणि त्याच्यामागून चाललेली त्याची सावली मुकाट

हे ढग जेव्हा पाणी घेऊन येतात तेव्हा ते काळे का होतात?
सावली विरलेली असते का त्यांच्या त्या काळोखात?

आपल्याकडे दुरून येतात ते केवळ पाणी देण्यासाठी
की वारा त्यांना घेऊन येतो चिंब न्हाऊन घेण्यासाठी

काही म्हणा ढगासारखं आपल्याला वागता येत नाही
सारं काही देणे तर सोडा, सारं काही मागताही येत नाही

12. असा अचानक पाऊस यावा

असा अचानक पाऊस यावा, गंध आणिक धुंद व्हावा
लहलहणारा ग्रीष्म जावा, मंद आनंद दरवळावा

असा अचानक पाऊस यावा, पेर्ते व्हा मुखी वदावा
धारांतुनी वाजवीत पावा, अनामिक सूर त्याने गावा

सुगंधित अणू रेणू करावा, कणकण त्याने पुलकित व्हावा
नसानसात या नाद वहावा आणिक प्रेमाचा ओलावा

त्यासवे हर्षगिरी चढावा, माथ्यावर निसर्ग पहावा
हेवादावा त्यात नसावा, एक न कोणी वेगळावा

असाच वारा येत राहावा, असाच पाऊस पडत राहावा
असाच मनात झंकारावा, मुरलीने तो स्वर गुंफावा

13. धावत या नाचत या अलगद या रे

धावत या नाचत या अलगद या रे
मेघांनो तुम्ही वर्षत या बरसत या रे

व्याकुळले डोळे अन झुरले मन रे
तुझ्या दर्शनाला आतुरले नयन रे

नाचत या हासत या सुखवत या रे
घामाने भिजली अन शिणली धरा रे

अंगांगे बरसुनिया पुलकित करण्या रे
हासत या बहरत या महिरत या रे

14. आज वारा आला घेऊन

आज वारा आला घेऊन धुंद ओलाचिंब वास
मला म्हणाला अन कानी येईल पाऊसही खास

झरतील पावसाच्या धारा धुंदित गंधित श्वास
होईल धरेवर आणि मग स्वर्गाचाच भास

पिकतील सोनियांचे मळे भरेल आनंदाची रास
चिमण्या पाखरांच्या मुखी जाईल मोतियांचा घास

पाऊस पडेल पडेल मनी घेऊन एक ध्यास
नुरो कोणी एक मालक, नुरो कोणी येथे दास

पाऊस पडत राहील मनी जागवत आस
दुःख जाईल वाहून, पूर येईल सुखास

15. पावसा तू पडत रहा

आमच्या देशात पाहुणा म्हणून
येतोस फक्त चार महिने, तेव्हा तरी दिसत रहा
पावसा तू पडत रहा

तू आलास की येते टवटवी साऱ्या जीवनाला
झाडे, वेली, माती ओली, धुंद आनंदित होती पहा
पावसा तू पडत रहा

सारी मरगळ झटकून आम्हीही मग तुझी मौज पाहतोच रे
गाड्या बंद पडल्या तरी आणि काम नाही झाले तरी तुझे कौतुक करतोच रे
या कौतुकासाठी तरी रिमझिम तू बरसत रहा
पावसा तू पडत रहा

भरून टाक तलाव सारे मिटवून सारी चिंता उद्याची
उपयोगासाठी म्हणा सौंदर्यासाठी म्हणा, करतातच ना तुझी वाहवा
पावसा तू पडत रहा

शेतकऱ्यांच्या डोळा नको येऊ देऊस पाणी
तुझ्या पाण्याने हर्षित कर त्यांची जीवनकहाणी
अन्नदाता तू सुखदाता तू पोटापाण्याची चिंता तूच वहा
पावसा तू पडत राहा

निसर्ग

16. सागरकिनारी वाटे

मावळता सूर्य, सोनेरी सागर,
आकाशातून झरते सोन्याची घागर
उसळत्या लाटांना फेसाळती झालर,
वाळूवर पसरते मायेची चादर

लाटांवर नाचती धवलशुभ्र तुषार,
सोनेरी किरणांवर होऊन स्वार
अथांग समुद्र, अमाप पाणी,
अनादि अनंत याची कहाणी

वाळूवर पुसटशा पावलांच्या खुणा,
विचारती कधी परतशील पुन्हा
विपुल वैभव डोळ्यात न मावे,
सागरकिनारी वाटे पुन्हा पुन्हा जावे

17. वसंतोत्सव

पिवळ्या फुलांचा शानदार सडा
अलवार सुखाचा भरतोय घडा
उन्हाळ्याच्या तापाचा पाडतो विसर
सुवर्णसौंदर्याने दिपते नजर

मंद सुगंध पसरतो हवेत
छोटीशी झुळूक घेऊन कवेत
मध्येच येते कोकीळेची साद
कानात घुमतो मंजुळ नाद

कोवळी पालवी चैत्र चाहूल
हळूच घालते मनाला भूल
जिभेवर रेंगाळते कैरीची चव
असाच चालू दे वसंतोत्सव

18. मुंबईची थंडी

गुलाबी थंडीत हसली मुंबई
ओढून घेतेय मऊ दुलई

तोंडातून वाफा पाण्यावर धुके
झाडांचे रंग फ़िके फ़िके

ऊन सूर्याचा पत्ता नाही
सकाळ जणू साखरझोपेत राही

काढ़ा स्वेटर मफलर शाल
आत्ता नाही तर कधी मिरवाल

घाम विसरून खूश होणार आम्ही
गुलाबी थंडी, आमच्या मैत्रिणी

अशीच कधीतरी येत जा
मुंबईकरांना भेटत जा

19. हिरवं जांभळं रान

हिरवं जांभळं रान चहुकडे दाटुनिया आले
त्या रानातील तंतूतंतूंवर माझे मन रमले

पान अन् पान, गाते छान, वाऱ्यासवे झुलते छान
त्या झुलण्याच्या लयीतील ताल मला गमले

हिरवट काळे पाणी, खळखळ वाहे आणि
लहरत महरत जाती, लहरी त्यावर झणी
लहरींवरती नाचनाचुनि तुषार ना दमले

फुलाफुलांचा गंध पसरे भूवर मंद
परिमलाने त्या मोहक अवनी होई धुंद
जागत हळूहळू एक एक ती कळी पहा उमले

20. ही रात्रीची रांगोळी

ही रात्रीची रांगोळी, कोणी बरे रेखियली
तिला कोणी अंधाराच्या रंगांनी सजवली

त्यात नक्षी दिसते हिरवट काळ्या वृक्षांची
पडते सावली गडद झोपलेल्या पक्ष्यांची

त्याला आहे एक किनार सुंदर आणि उजळलेली
लक्ष लक्ष दिव्यांनी एक नटलेली आवली

सारे जीवनच जरी असे असले गर्द तमोमय
त्याला झालर ज्योतींची उजळून टाकते मोहमय

21. एक मंद झुळूक

कुठूनशी आली एक मंद झुळूक, धुंद वाऱ्याची चालता चालता
हळूवार तरीही लागट जराशी, उलगडून गेली गाणे गाता

झिरमिळले केस आणि मिटले डोळे, सहज तिला साद देताना
मंतरले शब्द आणि मंतरले कान, गाणे तिचे ऐकताना

जागवली हिरवी पाने तिने, डोलवत हलवत फुलवत कशी
पिवळी पानेही थरथरली किंचित सजीव होऊन पुन्हा जशी

हुरहुरले गवत आणि ती इवलाली रानफुले
पाने आठवणींची उलटून गेली त्याच्या गंधाने मनही उले

22. आज वाटते पंख फुटावे

आज वाटते पंख फुटावे, दूर उडावे, गगनी जावे
नवे क्षितीज जे ना मज ठावे, त्या क्षितिजासही भेदून जावे

आज वाटते पंख घेऊनी फिरकत थबकत धुंद फिरावे
फुलातला मकरंद घेऊनी प्राशन त्याचे धुंद करावे

आज वाटते पंखावर मी आरूढ होऊनी सागरी जावे
लाटांवर त्या फेसाळत मी कणाकणांचे गाणे गावे

आज वाटते पंखासवे नव दूर पहाडी उंच भिडावे
शुभ्र धुक्यातील धवल रूप दव हळूच माझ्या मनी जडावे

आज वाटते पंखी या मी रंग धुंद मेघात घुसावे
रंग मोजुनि बिंदू मोजुनि सौंदर्याचे गुपित पुसावे

आज वाटते पंखांनी या माझ्या मनीच्या दारी यावे
हळूच दबकत डोहात त्या प्रतिमा पाहत विरुनी जावे

23. कधी वाटते

कधी वाटते झुळझुळणाऱ्या झऱ्यातची विरूनी जावे
झुळझुळताना झिरमिरणाऱ्या वाऱ्याचे गाणे गावे

कधी वाटते लवलवणारे गवताचे पाते व्हावे
वाऱ्याच्या झुळुकीतील अन गंधच मी शोषून घ्यावे

कधी वाटते महिरवणारे सुंदर मंगल फूलच व्हावे
साऱ्या आसमंतातच्या लावण्याला मी फुलवावे

कधी वाटते कडकडणारे गडगडणारे मेघ व्हावे
बरसुनी जलधारा साऱ्या रितेपण ही भरून जावे

कधी वाटते इंद्रधनुच्या रंगाचे बिंदू व्हावे
अलगद उतरून पृथ्वीवर अन जीवनात मी रंग भरावे

कधी वाटते पृथ्वीवरील या मातीचे मी कण व्हावे
क्षणाक्षणाला पुन्हा पुन्हा मी तरारून येत उगवावे

आणि बरंच काही...

24. कविता म्हणजे काय

कविता म्हणजे काय?
'क' कारातल्या कल्पनांचा, 'वि' काराचा विलास, 'ता' काराचा ताल

भावनांचे नर्तन, कविमनाचे दर्शन, कल्पनांचा विलास

शब्दांची पखरण, विचारांचे दर्पण, कल्पनांची सृष्टी, भावनांची दृष्टी

कवी मनाचे दर्शन, अर्थान्यासाचे नर्तन, अनुभवांची प्रचिती, निसर्गाची अनुभूती

मग एक कविता फुलते केव्हा? खुलते केव्हा?

कविता सुचत जाते, शब्द गवसत जातात
एखाद्या रेशमी मनाला जेव्हा दिसतो चमत्कार किंवा होतो साक्षात्कार

अथवा उठते कळ मनातून काही दुःख पाहून, तेव्हाच जन्मते कविता

कविता केली जात नाही कविता होत जाते
तो असतो उमाळा मनातला, हृदयातला

• 33 •

25. कविता म्हणजे जर्द पालवी

कविता म्हणजे जर्द पालवी पाषाणाच्या हृदयातील
कविता म्हणजे रंग लाघवी फुलपाखरांच्या पंखावरील

कविता एक पाखरू सोनेरी मोहक रानातील
कविता शुभ्र दवबिंदू हिरव्या हिरव्या पानावरील

कविता सुंदर सुगंध सायलीच्या पाकळीवरील
कविता एक नादच धुंद भावनांच्या तारेवरील

कविता ओलाचिंब वास भिजलेल्या मातीचा
कविता मंद मंद आलाप निजलेल्या गंधाराचा

कविता सुरेल मंगलगाणी वाऱ्याच्या तालावरील
कविता झुळझुळणारे पाणी मंतरलेल्या कालावरील

कविता अजब रसायन वेदनांना गोंजारणारे
कविता अजब साधन दुखल्या मनाला सांधणारे

कविता म्हणजे हरपलेल्या आठवणींना नवा स्पर्श
कविता म्हणजे सांजवलेल्या नयनामधील नवा हर्ष

कविता मातीतील कोंब तरारून उगवणारे
कविता काही तरल क्षण पुन्हा पुन्हा जगणारे

कविता म्हणजे पाऊस धारा अर्थसुखांचे रस झरणाऱ्या
कविता मोतियांचा चारा मनातील स्पंदने स्मरणारा

कविता एक घुंगुरवाळा मनातून निनादणारा
कविता उत्फुल्ल उमाळा मनामनाला सांधणारा

26. शब्द एक मोरपीस

शब्द एक मोरपीस, अंगांग धुंदवणारे
तयाविना कासावीस हे जीवन करणारे

शब्द फूल एक सुरेख, उमलणारे बहरणारे
त्याचा रंग गंध पाहून पाषाणही महरणारे

शब्द गवताचे पाते इवलाले चिमुकले
छोट्या छोट्या आकाराते अर्थ किती सामावले

शब्द पावसाच्या धारा शुभ्र शांत निर्मळ
घेऊनिया अर्थ सवे, वाहे तयाचा ओघळ

शब्द सतारीचा नाद झंकारून मंतरणारा
शब्द जाणत्याची दाद, येताच हर्षवणारा

शब्द एकच तो श्वास सुगंधाने भरलेला
शब्दे देवतांचा वास भक्ती उक्तीने स्मरलेला

शब्द यक्षांचे गायन सुरांनी सजवलेले
शब्द अप्सरानर्तन लयिनी सादवलेले

शब्द शब्दाचा आधार शब्द शब्दाचाच प्राण
शब्दे जीवन सादर शब्द अर्थांचीच खाण

27. शाळेचा निरोप घेताना

कुशीत तुझ्या शिरले तेव्हा पंखात बळ नव्हते जराही
तू दिलास विचार मोतियांचा चारा अन ज्ञानाचे अमृत

आज तुला सोडून जाताना मन हळवे झाले असले तरी
पंख आहेत मजबूत गगनभरारी घेण्यासाठी

युगानुयुगे अशीच राहा तू अखंड ज्ञानयज्ञ करत
लाखो मुलांचे जीवन घडवत सुप्त गुण फुलवत

तेच तर तुझे ध्येय आहे, कार्य आहे हे शाळे
त्यातच लपलंय तुझे मोठेपण मोठ्यांनाही लाजवणारे

होऊ नकोस तू कारखाना पढिक पंडितांना बनवणारा
कुणी कवी निर्माण कर कुणी लेखक, कुणी गणिती, कुणी
संशोधक

भावनांना आकार देणारी आहेस तू, मने घडवणारी तूच
अशीच चालत राहा अशीच अखंड

• 37 •

28. पुन्हा एकदा काल रक्ताळली जमीन

(१९९३ च्या मुंबई बॉम्ब ब्लास्ट च्या पार्श्वभूमीवर लिहिलेली कविता)

पुन्हा एकदा काल रक्ताळली जमीन
गजबजून गेले आकाश आक्रोशाने आकांताने

पुन्हा एकदा स्फोट झाले आगीने थैमान घातले
कुणाच्या घराचे छप्पर उडाले, सारेजण उघड्यावर पडले

कोणी दिवस-रात्र घाम काढून खरेदी केलेली टॅक्सी जळली
त्याच्या डोळ्यासमोर जळाली त्याच्या भविष्याची सुरक्षितता
आ वासून उभी राहिली उद्याची चिंता आणि धडधडली
आजची चिता

कोणी उभे रस्त्याच्या कडेला निश्चिंत पावभाजी खात
सहज गप्पा मारत गल्लीच्या दिल्लीच्या
आवाज झाला म्हणून वर पाहिले

मात्र आकाश कोसळत होते
फुटलेल्या काचा पडत होत्या
काही घुसल्या त्यांच्या अंगात, काही रंगल्या रक्ताच्या रंगात

यशश्री बर्वे

काही तशाच ठेचाळल्या जखमी प्रतिबिंब दाखवत

कुठे एकदम धडाका झाला आगीच्या ज्वाळा झेपावल्या
जिभल्या चाटत स्वाहा करत मार्गात येणारे सारे काही
सजीव निर्जीव सारे काही, तिला कसला आलाय भेदभाव

अवाक होऊन पाहिले साऱ्यांनी, रांगोळी रक्ताची घातलेली
विखुरलेली स्वप्ने मानवी त्यात भेसूर रंग भरताना
मागे ठेवून गेले प्रचंड भीती, प्रचंड अविश्वास माणसावरती

• 39 •

29. रूळ रेल्वेचे

काळे काळे रेल्वेचे रूळसहज पाहता पाहता
बरंच काही सुचवून जातात सहज चालता चालता

माहित असते सारे रूळ समांतर असतात एकमेकांना
तरीही जवळचे वाटतात रुंद आणि लांबचे निमुळते

ते कुठेतरी कधीतरी मिळतील असं वाटतं
त्यांची मनं जुळतील असं वाटतं

जीवनात सुद्धा असेच असतात अनेकविध रूळ
मतांनी विचारांनी एकमेकांना पूर्ण समांतर असलेले

तरीही वाटतंच ना की ते जुळतील कुठेतरी
त्यांच्या संगमाची नाती मनात रुळतील कुठेतरी

काळे लांबलचक रूळ दूर दूर जात असतात
खूप लांब पाहूनही त्यांचा अंत सापडत नाही

संपणारच नाही का हा प्रवास भीतीची सावली दाटते
पण त्यांना असतो निश्चित शेवट ज्याने ध्येय गाठते

आयुष्याचा प्रवास देखील असाच असतो नाही का

• 40 •

यशश्री बर्वे

निराशेतून बाहेर पडून आपण आशावादी बनतो नाही का

कितीही संकटे येऊन आपण खचत नाही प्रवासी
कारण प्रवाशाला खुणावत तो निश्चित शेवट अर्थात कष्टांचा
शेवट

30. माझे गाणे

कुठूनसा येतो एक मंद स्वर
छेडीत जातो भावनांची तार

झंकारत उठतो नवा आलाप
गुंजत उठते मनाची सतार

कधी एखादाच सुंदर नाद
निनादवतो अगणित ताल

मनातील तबल्यावर नाचतात
सूर घेऊन नवीनच चाल

अशीच वाजते ती पेटी
षडजापासून षडजापर्यंत

उमटवते सुमधुर लहरी
त्याही अशाच अनादि-अनंत

गाऊ लागते मन धुंदित
गंधित नव्याने होऊन

त्या गाण्याने जगच डोलते
स्फूर्ती नवी घेऊन

• 42 •

31. हे जीवन सुंदर आहे

रोज सूर्योदय व सूर्यास्त, रात्रंदिनी ते चक्र असते
तरीही त्यात नावीन्य आहे
हे जीवन सुंदर आहे

पाऊस रिमझिम बरसतो, मातीला गंधित करतो
हसवत सृष्टीला म्हणतो
हे जीवन सुंदर आहे

आकाशी नीलिमा तरतो, मेघांचा पटही जमतो
त्यांच्या कानी अनिल कुजबुजतो
हे जीवन सुंदर आहे

सुमधुर कूजन करती, पक्षी गगनी विहरती
किलबिल करता म्हणती
हे जीवन सुंदर आहे

नवजीव जन्माला येतो, वाढतो आणि विझतो
पण त्याचे जगणे म्हणते
हे जीवन सुंदर आहे

जगण्याचा अर्थ जो आहे, तो ज्यांना उमजतो
तो प्रत्येक जण म्हणतो
हे जीवन सुंदर आहे

www.ingramcontent.com/pod-product-compliance
Lightning Source LLC
LaVergne TN
LVHW090007230825
819400LV00031B/586
9798890671684